కంకణము

భోగరాజు నారాయణమూర్తి

కంకణము   భోగరాజు నారాయణమూర్తి

1

విషయసూచిక

	Forward	3
1.	పూర్వచరిత్రము	8
2.	కంకణము మేఘుంబై సంచరించుట	9
3.	గంధర్వగానవినోదము	11
4.	సూర్యాస్తమయము	12
5.	కంకణము వాయువశం బగుట	14
6.	వాయునిరసనము	16
7.	అంధకారవర్ణనము	18
8.	మెఱపులు - నక్షత్రములు	20
9.	భూపతనముగాకుండఁ గంకణ మీశ్వరునిఁ బ్రార్థించుట	23
10.	వాయువిజృంభణము	26
11.	గాలివానలోఁ గంకణము సాగరమునఁ బడుట	28
12.	సాగరమునందలి కంకణము	30
13.	ముక్తాసక్తితోఁ గంకణము రామునిఁ బ్రార్థించుట	33
14.	కంకణము ముక్తయై తరించుట	35

2

FOREWORD

The literature of a living and progressive nation shows a healthy change when it comes into contact with the literature of another nation. It is only the unthinking that apotheosize what is their own and condemn whatever belongs to others. Modern Telugu literature has been adopting new methods of expression and discovering new channels of activity under the influence English thought and literary criticism. This is a happy sign foretelling new era of unrealized possibility and undreamt of achievement, in the near future.

The allegorical poem of Mr. Narayanamurti is original in its central conception and ideas. The life-history of a drop of water, its mysterious birth and experiences, earthly and heavenly, is in itself a colorful theme allowing scope for many a purple passage of description. The inferior artist would have remained contented with giving that life-story in graceful and charming language. But, Mr. Narayanamurti is a poet, in the true sense of the term, a man who sees the inwardness of things hence; hence, he so treats the subject that it at once becomes brimful of suggestion, throwing light on many intricate problems of the human soul. The drop of water lives much the same life as the human being, - born in mystery, undergoing experiences that tend to depress and elevate the spirit cherishing high hopes and great ideals and suffering keen disappointments, finally through peace and quietude, attains a status of permanent beauty and dignity. It requires, in the first instance, great imaginative power to see 'the permanent analogy of things', as Shelley puts it, to pursue the inherent comparison between these two apparently so dissimilar objects, a man and a drop of water. Secondly, it requires an equally powerful understanding to unravel, with the help of that analogy, some of the mysteries connected with human life. That is what Mr. Narayanamurti has done here. The poem is no doubt allegorical, but the

3

allegory is not sustained and leaves ample scope for the interpretative capacity of the reader to understand, in his own way, the inner significance of the minor experiences of the drop of water. The fundamentals are however indicated clearly enough. They are the mysterious origin of the drop of water and man, the sorrows and delights of the two on earth and in heaven, their reincarnations and finally their attainments of an immortal majesty through surrender to the forces of life, and conquest through surrender. The drop becomes a pearl and man a free soul enwrapped in a light not of this world. The conclusion arrived at by the poet seems to point, not to the Advaitic conception of the absorption of the individual in the universal, but to the view that man shedding all that is mortal in him. So far about the framework of the poem and its philosophical implications.

A worthy poem is almost endless in its suggestiveness; its depths of meaning are well-nigh inexhaustible; its graces baffle any attempt at analysis. The best tribute that criticism could pay the noble composition of a poet would be the silence of admiration. Since, however, the convention of a 'Foreword' requires a specific examination of some at least of the merits of the poem; I would venture on the task.

Take the following verse:

భువి జచ్చున్ దివి జొచ్చు ; నచ్చటను జావుంగాంచి చొచ్చున్ భువిన్
భువి చావున్ దివిచావు నాగ నిటుచావుల్ రెండు భూతాళికిన్ ;
భువి చావు స్సుఖసుప్తివోలె బడయంబో నౌను గా కన్నటా
దివి చావుల్ నను జావనీకుము కపర్దిస్వామి ! మృత్యుంజయా !

The plain idea here is that man suffers death twice, once on earth and once in heaven; the early death may very well be received with gladness, like deep sleep. But death in heaven is quite different, more serious in its consequence. The poet seems to indicate however that he is referring not merely to the death which is the termination of life, but to the close of a particular kind of experience.

In this sense, while on earth one may die these two deaths a number of times when one's senses are closed to all that is earthly, one enters a state similar to happy sleep (సుఖసుప్తి) and wakes up on the side of divine experience. But even that divine mood is terminable. Hence the prayer:

"...దివి చావున్ నను జావనీకుము కపర్ది స్వామి, మృత్యుంజయా !"

Take another :

అయ్యయ్యో ! యొడలెల్ల జల్లుమనునేలా ? యిప్డు నాకేమి రా
నయ్యెన్ ? దిమ్మిరివోవునట్లుయగు నా యంగంబు ; లాత్మన్, భయం
బయ్యెన్ ; రాగల ముప్పు చొప్పరుగ రాదయ్యెన్; భయంబేలా? నా
కీ య్యబ్ధిన్ బడుకంటె గొప్పదగు ము ప్పేమున్న దూహించినన్.

The remarkable point here is the presence of fear in the individual's mind precedent to the greatest event in his life, namely the attainment of liberation. It is however a curious fact those mystics very often speak of this fear as a fore-runner of the final burst of illumination. While it is true that there can no other condition worse than that of being caught in the unsteady currents of life, cool reflection is impossible in that marvelous hour. All the senses and faculties of man are ready to be drowned in the flood of the Divine. And the mortal in man coils back in fear at the ensuing destruction of itself.

There is an abundance of figures of similitude and almost all of them are appropriate and strikingly original.

One verse by way of Illustration:

పరమేశ్వరాభావ దురితభావమ్ము వి
ధాన నాస్తికతా ప్రధానమగుచు
సంతత క్లిష్ట దుష్టప్రబంధంబట్ల
గోచరాఖిల వస్తుగుణము నగుచు

కపటమిత్రుని మైత్రికరణి క్షణక్షణ
జాయమాన ధీయా ఆశయమునగును
అతి దరిద్రు మహాసనాగారమునుబోలె
జూడజూడాగ సర్వశూన్యమగుదు
నిర్ధన మనోరథములీల వ్యర్థ మగుచు
నక్షరాసేతు హృదయమ ట్లంధమగుచు
ద్యాగరహితు రాజ్యమువోలె ద్యాజ్యమగుచు
దమముగ్రమ్మిన జగ మధమముగ దోచె.

The diction is throughout highly poetic wrought with gleaming imagery. It is difficult to choose from so much that is excellent. Any one stanza taken at random would serve the purpose of illustration.

ఆరాత్రన్ నిజనిర్వనక్తగత ఘర్మాంకూర ముక్తాఫలా
కారస్ఫూర్తుల కానలిష్మిత దశాత్కంజాస్యలై, తచ్ఛ్రమం
బారన్ వీచిరి తాళస్వంతముల శుద్ధాంతంబులందున్న కా
తా రత్నంబులు రత్నకంకణఘుణ్ణాకారంబు లేపారంగన్.

Maxims pregnant with practical wisdom are sown throughout the composition.

1. ఉత్తములు నిజాశితాళి మహితస్థితి కెంతయు సంతసింత్రు మ
ధ్యములు తటస్థులౌదు రనయమ్మధముల్ చలమూనువా రిలన్

2. * * * సమస్త మీశ్వరవిలాసంబంచు నిష్ఠిద లీ
లాలోలాత్మకులై విపజ్జలధి నుల్లంఘింత్రు ధీరోత్తముల్.

3. * * * * * యమా
యకులం ద్రొక్కి, తదున్నతుల్ గొని యశంబార్జించు మిధ్యాప్రయో
జకులంగాక యథార్థధీమణుల మెంచ్చంబోదు లోకంబిసీ !

The poem is replete with untranslatable delicacies of touch and expression. The happiest ideas are hit off by a dexterous play upon words which could be the result only of an extensive culture.

It is very pleasant to expatiate on the beauties of a beloved thing, but one should call a halt, even after some time, just for the reason that the occupation is so very pleasing to oneself.

M. SRIRAMA MURTI, M.A.,

Lecturer in English,

Maharajah's College, Vizianagaram.

కంకణము

పూర్వ చరిత్రము

చ. అణువునయందు మేరుగిరియందును నిత్యము నొక్కరీతి న
య్యనుపమమౌపరాత్పరు మహత్తర తేజము వెల్గుఁగావునన్
గనుఁగొన నొక్క కంకణమెకా యను నీరసభావ మూన కో
యనఘున చరిత్రులార! వినుఁ డయ్య! మదీయకథావిధానమున్.

చ. జలముల నేర్పడున్ జనదసంచయముల్, జలముల్ జనించున
జ్జలధరజాతమందె; మది సంశయమయ్యె మదీయజన్మమీ
జలజలదంబులం దెటనో; సర్వచరాచరకోటి సాటిగా
నలినభావాండమందెజననంబని మాత్రము విన్నవించెదన్.

చ. ఖరకరు గ్రీష్మభీష్మకరకాండముఖంబున నెన్నిమాఱు లే
నరిగితినో నభంబునకు, నభ్రమునుండి మఱెన్నిసారు లే
నురనడి జారి భూపతన మొందితినో; బుధులిట్టి జన్మముల్
మరణములుం గణింప రిట మజ్జననక్రమగాథ లేటికిన్ ?

శా. నాపాపం బది యేమొకాని భువి నానాయోనిసంజాతుఁడౌ
పాపాత్ముమన్ వలెఁ బెక్కు జీవనములం బ్రాపించుచున్ బుద్బుద
వ్యాపారమ్మున సంచరించితి ననేకాబ్దమ్ము లేతన్మహీ
వాపీకూపనదీనదాదిబహుళాంభశ్శ్రేణి మధ్యంబులన్.

 మ. కలరూపంబు తొలంగి సూక్ష్మమగు నాకారంబుతో మింటికిన్
బలుమా ఱేగుదు నేగి సర్వభువనావాసవ్యథా ఖేదముల్
తలపోతున్ దలపోసి యంబరనటద్ధారాధరాకారని
శ్చలసంచారసుఖంబు శాశ్వతముగా సర్వేశుఁ బ్రార్థించెదన్.

కంకణము మేఘం బై సంచరించుట

మ. ఒకనాఁ డిట్లపయోదమండలగతో ద్యోగ ప్రమోదంబునన్
స్వకులాంభఃకణరాశితోడుత నభోభాగంబునం గామరూ
పకలాకౌశల ముల్లసిల్ల బహురూపస్ఫూర్తులం దాల్చి, యా
డుకొనం జొచ్చితి మాప్రభాకరు ప్రభాటోపంబు మా టొందఁగన్.

శా. పారావారధరాధరోన్న తతరువ్రాతాపగా ఘోరకాం
తారాకారములా, సమస్తవనసత్వ ప్రస్ఫుటన్మూర్తులా;
నీ రేజోద్భవు సృష్టిరూపముల నన్నింటిందగన్ దాల్చి, రం
గారం జూపితి మప్పు డభ్రతలరంగన్నా ట్యరంగమ్మునన్.

సీ. మొత్తమ్ము లై పాటు మత్తేభముల గూడఁ
బిల్ల యేన్గులు వెంటఁ బెట్టినట్లు
అత్యున్న తములౌ మహాపర్వతబుల
చుట్టు గుట్టలు కొన్ని పుట్టినట్లు
పేర్చి పెట్టిన దూదిపిండునుండి యనేక
తూలాంకురంబులు తూలినట్లు
సాంద్ర నీరంధ్ర వృక్ష చ్ఛటాచ్ఛాయలఁ
బలు గుజ్జుమ్రాఁకులు మొలచినట్లు

ప్రకృతి ప్రకటించు నఖిలరూపములతో న
లంకృతం బయి నీలాకలంకసకల
గగనభాగంబు లావేళఁ గ్రాలె నూత్న
కళల మాఖేలనాకలాకలవలన,

శా. నీలస్నిగ్ధవియత్తలం బనెడు మేల్నిద్దంపు టద్దంబునన్
భూలోకప్రతిబింబ మీకరణిఁ గన్గో నయ్యెనో; యమ్మరు

జ్వాలంబుల్ గన మర్త్యలోక ప్రకృతిచ్ఛాయాపటం బిట్టులా
కాలాఖ్యుండు రచించెనో యనఁ గడున్ గన్పట్టె మాయా కృతుల్.

గంధర్వ గానవినోదము

ఉ. ఏనిటు నాటియాటలను నింత వచింపఁ గడంగ నేటి? కా
పైని లభించినట్టి ఘనభాగ్య మపూర్వము; దాని నెన్నఁ గా
నౌనె? దినావసానసమయాన ననూనవిమానయానగీ
ర్వాణవితానగానరసపానవిశేషము నాకుఁ జేకురెన్.

శా. హా! నాపుణ్యఫలం బదెట్టిదో కదా! యానాఁట నానాట రా
గానన్ గోకిల కాకలీకలకుహూకారంబులన్ మించు నా
దానందంబున మున్గుచున్ జలకణం బై యున్న నేనామరు
ద్గానానందసుధన్ సుధాకణమునై కంటిన్ వినూత్నప్రభన్.

సీ. మండు వేసగిలోని నిండుపున్న మనాఁటి
జాబిల్లి వెన్నెల చలువలందు
ప్రత్యూష సమయ సంభవమంద మలయమా
రుతకోమలతరంగ హతులయందు
పాలబుగ్గలు లొత్తవడ నోరఁ జొల్లూర
బసిపాప లను ముద్దుపలుకులందు
మందారమకరంద మాధుర్యధుర్యస
త్కావ్యభవ్యకవిత్వ గతులయందు

గలుగు వివిధసుఖంబు లొక్కటన చేర్చి
పేర్చి గానం బనెడు పేరు గూర్చి సకల
భోగ్యముగఁ జేసినట్టి యంభోజభవుని
సృష్టి విరచనావిభవ మచ్చెరువు గాక.

ఉ. ఆయ సమానగాన విభవానుభవం బది చెప్పినంతసే
పాయెనొ లేదొ నాదు శ్రవణావధి కెంతయు దాఁటిపోయినన్

దోయకణంబు నేమఱలఁ దోయకణంబు నెయౌచుఁజింతతోఁ
దోయమువారలంగలసితో యద మండలమందునుండఁగన్.

సూర్యాస్తమయము

శా. ఆటంకంబు ఘటించినార మఁట స్వీయాంశు ప్రభావ్యాప్తిక
త్యాటోపంబున భానుఁ డావలి మొగంబై, మాపయిం దానిరా
ఘాటక్రోధవిలోకనారుణసమగ్ర స్ఫూర్తులం గొల్పె; హో
చేటౌ కాలమునన్ సమస్తగతులన్ జేటే కదా వాటిలున్!

ఉ. మాస్థితి కెంతయున్ వగచి, మమ్ముఁ గరంబుల నుద్ధరించి, యు
చ్చస్థితిఁ జేర్చె మిత్రుఁ డన సత్య మితండెయటంచు నమ్మితిన్
స్వస్థత గన్న మాఘనత సై పఁగలేఁడని యెన్నసైతి ని
ట్లస్థిరు నాశ్ర యించు నెడ నౌ దురవస్థలవిట్టివే కదా ?

చ. మముఁ బయి కెత్తి దాన నగు మాదగు నున్నతి కోర్వలేక దు
ర్భమ గొని మాయెడన్ దనప్రభల్ గనరా వని యీసుగాంచె; ను
త్తములు నిజా శ్రి తాళి మహితస్థితి కెంతయు సంతసింత్రు మ
ధ్యములు తటస్థు లౌదు రనయ మ్మధముల్ చలమూనువారిలన్.

ఉ. అద్దిర! లోకబాంధవుఁడ నంచును మింటికి నంటి మాకుఁ దాఁ
బెద్దఁట! పెంపుగూర్చునఁట! వింటి రెయాపరి వేషముల్ ఘనో
ద్యద్దశకే కదా తఱచు దాల్చుట? స్వార్థ పర ప్రసిద్ధులా
పెద్దలు? పెద్దలందె కనిపించును గ్రించుఁదనంబు లన్నియున్.

కంకణము వా యువశంబగుట

శా. ఆపై మా కుపకారివోలె బవనుం డం తంత నేతెంచి, మీ
కూపస్థాజ్ఞతవోవఁగా సకలదిక్కూటంబులం జూచి, ధీ
నై పుణ్యంబు గొనుండు రండనుచు నానాభంగులం ద్రిప్పె మ
మ్మాపూర్వాచల పశ్చిమాచల సమస్తాకాశభాగంబులన్.

ఉ. భూరిపురాకృత ప్రకటపుణ్య ఫలానుభవంబు నేటితోఁ
దీరెనొ ఖేచరత్వమును దీరునొ నా ఘనసారహారనీ
హారపటీరచారుధవళాకృతు లెల్లఁ దొలంగిపోయి దు
ర్వారవి కారగాడతిమిరచ్ఛవి మాకు ఘటిల్లె నంతటన్.

మ. బలభిద్ఘోరశతారధారలకు మున్ బా ల్గాక తాఁ బుత్రపౌ
త్రులతోగోత్ర సమృద్ధిగాంచియవిభీతుండై కుటుంబంబుతో
జలధిం బాసిన మేనకాత్మజు వియత్సంచారమోనాఁ గడున్
జెలఁగెన్ నాఁడతిభీక రాకృతులమాజీమూత సంచారముల్.

సీ. అమరాధిపతి వీఁడు నాక్రమింపఁగ నాఁడు
దండెత్తి చను నోఁకుదం డనంగ
దీపంబు లిడి భూసతీమణుల్ గగనంపుఁ
బీఁటపైఁ బాఱించు కాటు కనఁగ
అంజనా చలశిఖరాగ్రమం దుదయించి
చదలంటఁ బ్రవహించు నది యనంగ
నరకలోకంబున కరుగు ధూర్తులవెంటఁ
బఱువెత్తు తత్పాపపటల మనఁగ

ఆ. గుబురుగుబురు లగుచు గుంపుగుంపులు గూడి
యింత లంత లై యనంతము లయి

కడకు నేకమగుచు ఘనఘనాఘనముల
సంచయంబు మింట సంచరించె.

ఆ. చదలు చెదలువాఱఁ జెదపుర్వుల విధానఁ
బొదలు తారలెల్లఁల జెదలఁ బాపు
తారుపూఁత తీరు తనరారు జీమూత
జాతమం దడంగి సమసి పోయె.

క. లేశము గనము భవిష్య
న్నాశము, పవమానగతులు నమ్ముకొనుచు ని
ట్లాశా భ్రమణంబున సక
లాశా భ్రమణం బొనర్చి యలసితి మంతన్.

వాయు నిరసనము

మ. గజయూధంబును వేట కాఁడినుపచిక్కంబందుఁ జిక్కించుపో
ల్కిఁ జలింపంగ నెడ మ్మొకించుకయినన్ లేకుండ మానీరద
వ్రజముం గ్రిక్కిఱియంగఁ జేసెను సమీరస్వామి; మాకర్మ మౌ
ర! జగత్ప్రాణుఁడటందు రాతఁడు జగత్ప్రాణాంతకుండేకదా!

చ. జగములకుం బ్రకంపనుడు సైఁపఁగ రాని ప్రభంజనుండు వీఁ
డగు, నధికారపుంబదవి కర్హుడుగాఁడని యెన్న బోక, తాఁ
దగునని జీవకోటికి సదాగతిగా నొనరించె బ్రహ్మ; యె
న్నఁగ నధికారనిర్ణయమునన్ విధి కేవల మజ్ఞుఁడేకదా!

మ. విలసన్మౌక్తికరత్న యుక్తుఁ డతిగంభీరుండు, నానాధునీ
లలనానాథుఁ డనేక జీవనసముల్లాసుండు, కంపింపఁడే
జలధిస్వామి సమీరు బారి బడి యశ్రాంతంబు; నాహా! మహా
త్ములకై వన్ మఱిశాంతిలేదు కుటిలోద్యోగాధి కారంబులన్.

చ. అనలుడు తా సమగ్ర మహితాగ్రహవృత్తివహింప బ్రోత్సహిం
పనె చనుఁగాని శాంతిపరుపం దలఁపం డొకనాఁడుగూడ ని
య్యనిలుడు; యుక్తమౌ తరుణమం దొకచల్లనిమాటనెన్నఁడే
ననవుకదా మహోన్న తపదాఢ్యుల జిహ్వలు విహ్వలంబులై.

చ. అటవిని తాంతపుష్పనిచయాంతర సౌరభముల్ హరించి, య
త్కటమగు గంధవాహబిరుదంబున వీఁడుచరించుఁ గంటి రే
కటకట! యించుకంత యధికారము గల్గినయంతఁ గొంద జే
పటిమయు లేకయే బిరుదపద్ధతిఁగొంద్రు యశోభిలాషులై

మ. అకలంక ప్రసవోత్కరం బడవిపాలైపోవఁ దత్సౌరభ

ప్రకరంబుం గొను గంధవాహునె గణింపంజూతు రౌరా, యమా
యకులంద్రొక్కి, తదున్నతుల్ గొని యశం బార్జించు మిథ్యాప్రయో
జకులంగాక యథార్థధీమణుల మెచ్చంబోదు లోకం బిసీ

శా. ఎన్నో భంగులు లోక మీకరణి నేనెంతన్ విమర్శింతు? నెం
త న్నిందింతు దురంతశత్రుననిలున్, నంబోలునజ్ఞల్ మహా
పన్నుల్ ఖిన్నత నన్యదూషణ మొనర్పంజూతురే కాని, మే
లన్నం గీడన నీశ్వరాజ్ఞనెకదా యశ్రాంతమున్ వాటిలున్.

శా. మేలే కీడగు, సూనృతం బసృతమౌ, మిత్రుండె శత్రుండగున్
బాలే దుర్విషమౌను; బుణ్యమె యఘుప్రాయంబుగాఁ దూలుదు
ష్కాలంబందు; సమస్త మీశ్వర విలాసంబందు నిష్ఠేదలీ
లాలోలాత్మకులై విపజ్జలధి నుల్లంఘింత్రు ధీరోత్తముల్.

శా. ఈవైరాగ్యము లిన్ని నీతులును దా నేత త్తటస్థత్వమున్
భావం బక్కట మర్కటంబు వహియింప న్నేర్చునే? పామర
త్వావిర్భూతనదా వివేక మమకారయత్తమై చిత్త మిం
తే విశ్రాంతిని బొంద దేమిటికి నా కీమెట్టవేదాంతముల్.

ఉ. ఇమ్ముల నున్న మమ్ముల ననేకవిధమ్ములఁ ద్రిమ్మరించి, యా
తెమ్మెరత్రిమ్మరీడు పెనుదిమ్మగ నిమ్మెయిఁ గ్రిక్కిఱించె; స్వాం
తమ్మున నింతదారుణ విధానమెటుల్ మఱంపంగవచ్చు? స్వా
స్థ్యమ్మెటులూనవచ్చుఁ బగసైఁపఁగలారెవిరాగు లేనియున్.

అంధకార వర్ణనము

మ. అకటా! మమ్మిటు లావియచ్చటుల కారాగారమందుంచి, కం
టకుఁడౌ తుంటరి గాలిదయ్యమపు డంతర్ధానమైపోయె; మే
మొకటన్ మింటను గడ్డవారి చలనం బొక్కింతయున్లేక, యూ
రక వర్ణించితి మంధకారఘన ధారాపూరముల్.

క. ప్రాచి నవాచిఁ బ్రతీచి ను
దీచిన్ బహుధాసముత్పతిత వితత తమో
వీచీనిచయము చెలఁగెను
మాచేత సమాసచేత మహి నమితంబై.

గీ. భీకరాకృతి సూచి కాభేద్యమాన
భూరినీరంధ్ర నిబిడాంధ కారఘోర
వారినిధిపొంగి జగము ముంపంగ నాఁటి
రాత్రి ధాత్రికిఁ బెనుకాళరాత్రి యయ్యె.

సీ. పరమేశ్వరా భానదురిత భావమ్ము వి
ధాన నాస్తికతాప్రధాన మగుచు
సంతత క్లిష్ట దుష్ట ప్రబంధంబ ట్ల
గోచరాఖిలవస్తుగుణము నగుచు
కపటమిత్రుని మైత్రికరణి క్షణక్షణ
జాయమాన భయాతిశయము నగుచు
అతిదరిద్రు మహానసాగారమును బోలెఁ
జూడఁజూడఁగ సర్వశూన్యమగుచు

నిర్ధనమనోరథము లీల వ్యర్థమగుచు
నక్షరాపేతు హృదయమ ట్లంధమగుచుఁ

ద్యాగరహితు రాజ్యమువోలెఁ ద్యాజ్యమగుచుఁ
దమము గ్రమ్మినజగ మధమముగ దోచె.

శా. మాకుం గ్రమ్మ బిఁగానరాఁ డెచటికమ్మా యానిలుండేఁగెనో
నాకారామచరత్సురాంగనలఁ గానంబోయెనో లేక గం
గాకల్లోలవిలాసడోలికల నూఁగంజొచ్చెనో భూతలం
బాకల్లాడదు నాఁటిరేయిని సమస్తాశాప్ర దేశంబులన్.

ఉ. స్థావరజంగమాత్మకము సర్వజగంబును నాఁడు కేవల
స్థావరగూపమయ్యెను; గుజవ్రజముల్ చలనస్వభావమున్
బో విడనాడి పూనెను దపోనియమంబు తమోనివృత్తికిన్
క్ష్మావలయంబు నిశ్చలసమాధిమునింగెను శాంతిమంతమై.

క. ప్రాణా పానసమానో
దానవ్యానములె జీవధారణమునకున్
మేనుల మిగులఁగ, మిగిలిన
భూనభముల ననిలచలనములు తొలఁగి చనెన్.

శా. ఆపై నుక్క విషజ్వరాకృతి నవార్యంబై విజృంభించుచున్
దాపోద్రేకము నస్త్రవర్జనము నిద్రాహీన భావంబుని
ర్వ్యాపారమ్ము హిమోపచారమసుఖాహారంబు దుర్వారఘ
ర్మాపూరమ్ము విదాహబాహ్యగతశయ్యల్ గూర్చె మర్త్యాళికిన్.

శా. ఆరాత్రిన్ నిజభర్తృవక్త్రగతఘర్మాంకూరముక్తాఫలా
కారస్ఫూర్తుల కానతస్మితదళత్కంజాస్యలై, తచ్ఛ్రమం
బారన్వీచిరి తాళవృంతముల శుద్ధాంతంబులందున్న కాం
తారత్నంబులు రత్నకంకణఝణత్కారంబు లేపారగన్.

మెఱపులు - నక్షత్రములు

గీ. బంధురవినీల కంధరపటలినుండి
వెడలఁదొడగె విద్యుల్లతా వితతు లంతఁ
జటుల గహనాంతరోజ్జ్వల జ్వలనజనిత
కీలికా భీలమాలికాకృతుల లీల.

శా. మెండై నిండు నవిద్య, విద్యలనమై మృగ్యంబుగానుండు బ్ర
హ్మాండంబం ; దటులయ్యు విద్యయె యవిద్యం గూల్చునంచున్ మహో
ద్దండ ధ్వాంతవితానముం దొలఁచి సద్యస్స్వల్ప శంపాలతా
తండంబుల్ వివరింపఁగా దొడఁగె విద్యామాన దండంబులై.

ఉ. చెల్లు సమస్తజీవులును జెల్లి నయంతనె వానియందు రం
జిల్లు పరాత్పరద్యుతియుఁ జేరునుదత్పరమాత్మయందె; మా
చెల్లెడునట్టి కాలమును జేకురెనోయన విద్యమానవి
ద్యుల్లతికానికాయము లధోగతి భీతి ఘటించె నక్కటా

శా. పోయెన్ ముందటిఖేచరత్వ విభవంబుల్; వ్యోమమానారక
బాయెన్; బాపులమైతి మేమకట! మాయంగంబులంగ్రుచ్చనుం
దీయంజల్పెడు క్రూరకింకరుల యుద్దీప్తాగ్ని సంత ప్త దీ
ర్ఘాయోదండములయ్యె నయ్యెడల యాతాయాతశంపాలతల్.

ఉ. నెట్టనఁ జిట్టచీకటిమునింగిన యట్టి జగంబుమాకుఁ గ
న్పట్టమి మార్ధ్వదృష్టి పరుపంగఁ బ్రపంచపుదృష్టికడ్డముం
గట్టిన మేలినీలి తెరకైవడి మాజలదాళి గ్రాలఁగాఁ
బట్టపురాణులట్ల కనుపట్టెను మాపయిఁ దారకావళుల్.

శా. ఔరౌరా! పతిరాని రాతరుల మేలౌ నంబరాలంకృతా

కారస్ఫూర్తుల స్వేచ్ఛఁగాంచెదరు; రాకంగంటిరాతారకా
నారుల్ మెల్లనఁ జాటుచాటునన యుండంబోదు రే తద్దురా
చారంబుల్ వ్యభిచారకామినులసంచార క్రమంబుల్ గదా!

నా. రాజుంగాంచిన కంటితోడఁగనిభర్తన్ మొత్తెనన్నట్లుమున్
రాజుంగాంచిపతిన్ మొఱంగె నొకతారాకాంత; నానాది శా
రాజుల్ తారలఁగూడునాఁడు వ్యభిచారంబేరు శంకింతు రం
చేఁ జింతించితినాఁటితామనపు రేయిం దారలంజూచుచున్.

మ. అకలంకోజ్జ్వల తారలం బొదివి భావాభావ మధ్యాల్ప తా
రక లందందునఁ జుట్టుజేరె ముదమారన్ రత్నభూషాంబర
ప్రకరోద్యద్రమణి జనాభరణ సౌభాగ్యంబువీక్షించు వే
డుకతోడన్ నిరుపేదరాండ్ర రిగిచుట్టుంజుట్టు చందంబునన్.

గీ. తఱచు తెగి వ్రాలుచుక్కలు ధరణిఁ బడఁగ
నెడములేక మామేఘాళి నడుమఁ జిక్కి
యొండొకనభంబు గల్పించుచుండె మాకు
నభ్ర మన్వర్థనామధేయంబు గాఁగ.

శా. దేశంబున్ విడియేగె భర్త, జగమెంతేమెచ్చు మీమేఘసం
దేశంబన్నను, మాకు నున్న దొకసందేశంబుగొంపోయి మా
యాశల్ దీర్పఁడటంచు దెల్పఁడని చంద్రాబ్జాన్యలంపన్ దదా
దేశంబుం గొనివచ్చు దూతికలరీతిన్ వ్రాలె నత్తారకల్.

మ. అమితోగ్రాకృతి నుద్భవించి సకలాశాంతంబులన్ శ్రీమహే
శ మహాలింగము వ్యాప్తమౌ నెడవిరాజత్పారిజాత ప్రసూ
నములన్ వేల్పులు పూజసల్పెడు విధానంబెల్ల మా మేచకా
భ్రముపై వ్రాలెడు తారకావళిస్ఫురింపంజేసె మాకయ్యెడన్.

శా. తారామండలమందె యంతవఱకంతర్భూతుఁడై వింట దు
ర్వారాస్త్రంబులఁ గూర్చి మారుతుడు మా పైనిం బ్రయోగింపఁ ద
న్నారాచానలకీలికావళియొనా నాఁ డావియన్నిర్ఘళ
త్తారావారము మా కపారభయదోత్పాతంబె యయ్యెంగటా!

భూపతనముగాకుండఁ గంకణ మీశ్వరునిఁ బ్రార్థించుట

శా. ఆయుత్పాతము లుప్పతిల్లుటయు నత్యాకస్మికంజౌ మహా
వాయుధ్వానముమా చెవింబడియెఁదదధ్వానంబు విన్పింపమా
కాయంబుల్ గడు జల్లుజల్లుమనియెన్, గాయంబులున్ జల్లనన్
మాయోగంబున నొక్క జల్లువడియెన్ మానుండిక్మా మండలిన్.

ఉ. తొల్లిటి పుణ్యపాపములతోడనె నాకము నారకమ్ము సం
ధిల్లఁగ వానినిన్ బడసి తీరి పదంపడి భూతధాత్రికిం
ద్రెళ్లెడు జీవకోటులటు ద్రెళ్లె ననేక సహస్ర సంఖ్యలై
జల్లున నేలపై బడిన జల్లున మాజలబిందుబృందముల్.

క. ఆతటి నేతటి వాతా
ఘాత మధఃపాతగతిని గల్గించునో య
న్భీతిన్ బింకము సెడి జీ
మూతవ్రాతములు వడక మొదలిడె నకటా.

క. వికలమతిన్ మిపుల వికా
వికలై యిల బడకయుండు వెరపున మావా
రికణము లత్యాతురతన్
జకచక వెనువెనుక కొదుగసాగెను మింటన్.

క. ఈతెరుగున నాభీకర
వాతధ్వానమ్ముకతన వారిదములలో
నూతనసంచలనం బు
ద్భూతంబై మిపుల దివులుపుట్టించుటయున్.

ఉ. ప్రాంతచరత్ప్వయ:కణకృపాపరిలబ్ధసుఖస్థిన్ దదీ
యాంతరమందు డాఁగి పవనాహతిఁ ద్రెళ్లకమున్న నిశ్చల
స్వాంతముతో నుమారమణుఁ జర్వితచర్వణమైన యిట్టి జ
న్మాంతరముల్ ఘటింపవలదంచును వేడుకొనందొడంగితిన్.

శా. వందేశంకర మిందుశేఖర ముమాప్రాణేశ్వరం సంతతా
నందశ్రీవిభవప్రదం విబుధసంతానార్పి తాత్యుల్లస
న్మందారాంచిత నుంద రాంఘ్రి యుగళం మన్నాథ మర్కోజ్జ్వలం
కందర్పాంతక మంబుజేక్షణసఖం కైవల్య సంధాయకమ్.

శా. వ్యాసాగ స్త్యవసిష్ఠనారద భరద్వాజాదిసన్మున్యుప
న్యాసాధారగుణాలయాయ భవబంధత్రాసనాశాయ కై
లాసశ్రీవిభవాయ పంకమయదుర్లంఘ్యోచ్చలజ్జీవనా
వాసక్లేశహరయ భక్తహృదయావాసాయ తుభ్యన్నమః.

శా. నాకుం జెల్లెనె ఖేచరత్వజనితా నందైకభాగ్యంబు? నా
నాకూపస్థ దురంతపంకనిచయాంతర్మగ్న సంతాప మెం
తో కాలంబయి పొందుచుందుఁ గరుణాదూరుండవై నన్ను నిం
కేకూపంబునఁ ద్రోయ నెంచితొకదోయీ! తండ్రి! మృత్యుంజయా!

మ. భవఘో రార్ణవవీచికాతరణసంపత్కారణం బెన్నఁగా
భవదంఘ్రి స్మరణంబ! యన్యతరణోపాయంబు లే దింక, నీ
భవసంతాపభరంబు దుర్భరము, నాప్రాపీవె కాపాడు మో
భవదూరా! యభవా! భవా! శివ! శివాప్రాణేశ! మృత్యుంజయా.

శా. నీవారిన్ నిరతంబు నీవు కరుణానిర్నిద్ర భద్రాత్ములన్
గావింపం దలపోసె; దేము నభిషేకస్ఫూర్తి నేవేళ నీ
సేవాన్నావిధు లాచరించు టెదలోఁ జింతించి మావారినిన్

నీవారిం బలెబ్రోవఁగాఁదగదె తండ్రీ! నీకుమృత్యుంజయా!

శా. లోనం బుట్టవు కీటకచ్ఛటలు, కల్లోలంబులుం గల్ల, విం
తేనిన్ వక్రత నేఁగుజీవనములే, దేపంకసంపర్కమున్
గానన్ రాదు; వియచ్చరత్వమ సదా కల్పించి నా కీపయిన్
రానీకయ్య! పునర్మహీపతనసంత్రాసంబు మృత్యుంజయా!

మ. భువిఁ జచ్చున్ దివి జొచ్చు; నచ్చటను జావుం గాంచి చొచ్చున్ భువిన్
భువిచావున్ దివిచావు నాఁగ నిటుచావుల్ రెండు భూతాళికిన్;
భువి చావున్సుఖసుప్తివోలెఁ బడయంటో నౌనుగాకక్కటా
దివి చావున్ ననుఁజావనీకుముకపర్ది స్వామి! మృత్యుంజయా!

మ. బహుధాభూతవిలాసకందుకకళాప్రజ్ఞన్ సదా తన్మహు
ర్మహుకుద్య త్ప్రపతద్గతి క్రమములన్ మోదింతె? యుష్మత్కరా
బ్జహతిన్ మింటికిఁ దూలి నేలఁ బడగా సంసిద్ధమైయుంటి, నీ
కుహనాభేలస మేలనాయెడల నీకుందండ్రి! మృత్యుంజయా!

శా. గంగాశీతలశీకరప్రకరసాంగత్యంబు దివ్యాంగనా
సంగీతామృతపానవైభవ ముదంచత్కామరూపంబు, నా
కుం గల్పింపుము శాశ్వతమ్ముగ నధ;కూపమ్ము చేకూర్ప కో
గంగాసంకలితోత్తమాంగ! భవభంగా! లింగ! మృత్యుంజయా!

వాయువిజృంభణము

గీ. అనుచుఁ బ్రార్థించుచుండఁగ నంతలోన
నస్మదీశ్వరార్చనమున కంతరాయ
ముం ఘటించినాఁ డఖిలభూభువనభవన
భంజనవిజృంభమాణ ప్రభంజనుండు.

శా. స్తంభీభూత దిగంతపూరిత పయోదవ్రాతసంచాలనా
రంభోద్వేగసమేత దుర్భరతరా రావావదీర్ణైక స
ర్వాంభోజ ప్రభవాండభాండుఁడయి నాఁ డమ్మాతరిశ్వుండు ప్రా
రంభించెన్ బహుధాచరాచర సమగ్రధ్వంస సంచారమున్.

ఉ. స్థావరజంగమాత్మకము సర్వజగంబు క్షణంబులో గత
స్థావరమై నమాకలిత జంగమయ్యెను, జంచలన్మహీ
జావళియున్ శిరఃకరకృతాభినయంబులఁ బాడఁజొచ్చెఁ గ
ల్ద్రావెనొనా నిరంతరనిరర్థక జల్పనకల్పనాధ్వనిన్.

ఉ. త్రుళ్లియు నిక్కినీల్గియునుదూఁగియు వాగియువిఱ్ఱవీగియున్
గల్లునుద్రావువాఁడు ధనగర్వితుఁడున్ దుద కొక్క పెట్టునన్
ద్రెళ్లెద రెట్టు లట్టు చెలరేఁగియు నిట్టటు లూఁగులాడియున్
బెల్లుధ్వనించిమించియుగుభిల్లున గూలెమహీరుహావళుల్.

మ. వరలున్ నిశ్చలమౌనధర్మము జగత్ప్రాణానుబంధంబులన్
బరివర్జించిన యంతకాలము; జగత్ప్రాణానుబంధంబులన్
బరివర్తింపఁగదా ఘటిల్లెను నధఃపాతాతతక్లేశ మీ
సరణిన్ మాకని చాటె నాఁటిప్రపతత్సర్వావనీజావళుల్.

ఉ. భూతలమందుఁబోలె సురభూములయందును భూతకోటికు
జ్జాతము గాక తప్ప దవసానదశావసరంబునన్ మహా
వాతము; నాఁడు బిట్టడలుపాటు ఘటింపఁగఁజేసె నమ్మహా
వాతవిజృంభణంబు భువి వారికినిన్ దివివారికిం గటా!

శా. ఘోరాకారమరుత్ప్రయుక్త భయసంక్షోభంబునన్ మేము ఘీం
కారారావములాచరించునెడఁ గ్రేంకారారవంబొప్ప గాం
తారావాసమయూరవారములొగిన్ నాట్యంబుగావించెనౌ
రౌరా! యొక్కరిఖేద మింకొకరి కత్యామోదమౌనేకదా?

శా. పైకిన్మైత్రినటించి మాపతనమున్వాంఛించులోలోన, మ
మ్మాకాశమ్మునఁ జూచి యేచిపురులల్లాడించుమాత్రంబునన్
గేకివ్రాతము మాకుఁ గూర్చునని సంకేతించి వాక్రుచ్చు నీ
లోకం బింతటిగ్రుడ్డిదా యనుచునాలో నేనె చింతించెదన్.

శా. స్ఫారంబై బహుభీతభూతమయి ఝుంఝూమారు తోద్ఘుష్టహుం
కారంబెందు విరామ మొందకయె యోంకారాను కారంబుతో
నీరేజప్రభవాండభాండమునఁ దానిండంగ, సాక్షాన్మహోం
కారబ్రహ్మమయంబు లోకమను వాక్యంబప్పు డూహించితిన్.

గాలివానలోఁ గంకణము సాగరమునఁ బడుట

శా. నీరంధ్రాంబుధరవ్రజంబు, త్రిజగన్నిర్మ్మలనాఖేలనా
పారీణానిలపాదతాడనములన్ బట్టూడి, బిట్టోడి, పె
ల్లారాటంపడి, బింకమెల్లఁ జెడి, నీరై నాఁటిరేయింగటా!
ప్రారంభించెమదేభతుండనిభధారాపాతముల్ ధాత్రికిన్.

చ. ప్రభువు ప్రకంపనుండయినరాజ్యము త్యాజ్యముగాన రండురం
డభయముగల్గుదేశమున కభ్రములార! యటంచు శత్రుభూ
పుభయము పెంపునన్ వలసపోయెడు తెంపునఁబోవఁ జొచ్చెని
న్నభము దొలంగి మాఘునఘనాఘనముల్ మహికింగ్రమంబునన్.

ఉ. ఆలయకాల కాలనిభుడైన ప్రభంజను తాడవంబులన్
జీలియు ప్రీలియున్ మివులఁ జిందరవందరయైన మాపయో
దాలులనుండి నాఁడు కురియందొడఁగెన్ వడగండ్లుఁగూడఁగీ
లాలముతోడి మాంసశకలమ్ములలీల నిలాతలమ్మునన్.

ఉ. కొన్ని వనంబులందు నొకకొన్నిసముద్రములందు నింకనుం
గొన్నికొలంకులందు మఱికొన్ని మహానదులందు నీగతిన్
గ్రన్ననఁగూలె నీలమణికాంతులనేలు పయోదమాలికల్
మిన్నుదొలంగి దారుణసమీరణ మారణకారణంబునన్.

సీ. కలుషమ్మొఱుంగ కొక్కటన పెక్కాట ల
త్యానందమునఁ గూడి యాడియాడి
నురుచిరబహుదివ్యసుందరీగాన ర
తిప్రమోదంబులఁ దేలి తేలి
మిన్నుమన్నరయ కీయున్నతి స్థిరమంచుఁ
బోరానియాశలఁ బోయిపోయి

కటకట! తుదకుఁ బ్రకంపన బాధకు
లోనై మనంబున లోఁగి లోఁగి

పొంకమును బింకమును జెడి పొరలువాఱి
ముడుతలంబడి పెనువాతమున మునింగి
నీరుగ్రమ్ముచు నాఁడుమానిఖిల మేఘ
మాలికలు క్రమక్రమముగా నేలవ్రాలె.

ఉ. ఇచ్చటనుండి నేలఁబడనీక ననుం గృపఁ గాచుచున్న మా
నెచ్చెలి మబ్బులన్నియుఁ జనెన్, బకువాతఁబడంగఁ బాండవుల్
నొచ్చినయింటివిప్రునకుఁ జొప్పున నాకును సక్రమంబుగా
వచ్చెను వంతు మారుతునివాతఁబడన్ విధినిర్ణయంబునన్.

క. బలహీనులమగు మాపై
బలిసి విరోధించి కూల్పఁబాల్పడిన మహా
బలుబలమును విధిబలము ప్ర
బలమగునెడఁ బ్రోచు భీమబలుఁ డున్నాఁడే?

ఉ. నెక్కొని మింటనుండి తెగి నేలకురాలినరిక్కరీతి, వి
ల్లెక్కిడి వ్యాధుఁడేయ గుఱియేటునఁ గూలిన పక్కిభాతి, నే
దిక్కును లేక నేనకట! తీవ్రతరంబగు మారుతాహతిన్
గ్రక్కునఁగూలినానొకయగాధమహార్ణవ మధ్యమందునన్.

సాగరమునందలి కంకణము

ఆ.వె. కూలి సొమ్ము సిల్లి కులమువారి కృపోప
చారవిధుల సేద దేరి, దైవ
మా! భవార్ణవమున మఱలఁ ద్రోసితె యని
భోరుభోరుమనుచుఁ బొరలి యేడ్చి.

చ. క్రమముగఁ గన్నువిచ్చితిని గాంచితిలోకము, లోకమెల్ల సం
భ్రమె యనుకొంటి బుద్బుదవితానములే ప్రజలంచు నెంచితిన్
సమతయు శాంతి నిశ్చలత సాగరియిందలి సర్వజీవన
క్రమముల గుర్తెఱింగితి నగాధవిషాదపయోధి మున్గితిన్.

ఉ. సంతత మీయపారమగు సాగరమందలి జీవనంబుతో
నెంతయు నంటి యంటనటు లేఁ జరియింపఁగ నెంచి, దేనినా
శింతును నాశ్రయింతు నను చింతమునింగితిఁ గాని జీవనా
క్రాంతముగాని సాధనము గానఁగనైతిని నెన్నిభంగులన్.

ఉ. జీవనధర్మమూనియును జీవసమం దెటు లంటి యంటన
ట్లే విహరింపనేర్తు? నగరే వినిరే నెవరేని నన్ను? నా
కేవెరవున్ స్ఫురింప కెద నింతతలంచుకొలందిఁ దోఁచు నా
నావిధసంశయమ్ములుమనమ్ముఁ గలంచెఁ దొలంచె ధైర్యమున్.

ఉ. రమ్మిటురమ్ము సాగరతరంగములందు నుయాలలూఁగ జి
త్రమ్మగు కేళిమై గిరగిరన్ సుడులం దిరుగంగ నంచు, లే
శమ్మును దోఁచనీక నను సారెకుఁ బిల్చెడువారిచేత స్వాం
మఱింత నావశము దప్పెనయో పరమార్థ చింతలన్.

మ. ఇవి కల్లోలము లిందుఁ జిక్కుకొనరా, దీవంక నావర్తముల్

తవులం గూడదు వీనియం, దట నగాధం బట్లుపోఁగూడ, దు
న్న విధంబుండెదనన్న జీవనగతుల్ నన్నొక్కచో నిల్వనీ
పవిలంఘ్యంబగు నిట్టిసాగరమునందా చేరితిన్ దైవమా!

క. పృథువిషనిధి యిది క్షీరో
దధియట! రత్నాకరమట! తన్మధ్యమునన్
బుధవంద్యుడు నారాయణుఁ
డధివసియించునఁట! యివి యనౌచితులె కదా!

సీ. కామించి పెక్కుభంగములు లోర్చి శృంగితో
మైమఱపూనె నీమద్గురంబు
క్రోధించి కలతిమికులముల నలయించి
పొలియించె నీతిమింగలము కొదమ
లోభించి యామిషలాభ మన్యులకీక
మెసవక యెసఁగె నిమ్ముసలి మొసలి
మోహించి స్వకుటుంబమును మేపు చాకొన్న
పయి మీలకొసఁగ దీపాడురుఘషము

మదమునన్ గ్రాహమును గడుమత్సరమున
మకరమును నిటఁ బోరాడుటకుఁ దొడంగె
నకట! దుర్గుణంబుల కెల్ల నాలయంబు
సకలభయహేతుభూత మీసాగరంబు.

ఉ. రాగముపోదు, త్యాగమనరాదు, విరాగముగల్గ, దింద్రియో
ద్యోగము మాఱ, దెయ్యెడల యోగము సాగదు, సర్వజంతుసం
భోగవిలాసలాలసము భూతవినాశనహేతుభూత మీ
సాగర మెట్టిబుద్ధిబలశాలికినైనను నీదరా దహో!

ఉ. జీవనమందు భ్రాంతిపడి చిక్కుకొనందగ దిందుఁ, టెక్కున
క్రావళు లుండు నెంతటిమహాబలునే న్గబళించుచుండు; దం
తావళవల్లభుండు ఘననక్రముఖంబునఁ జిక్కి స్రుక్కఁగా
రావలసెంగదా మును మురారి వికుంఠమునుండి ధాత్రికిన్.

ముక్తాసక్తితోఁ గంకణము రామునిఁ బ్రార్థించుట

శా. కారాకూరము, నక్రవిక్రమ, ముదగ్రగ్రాహచక్రమ్ము, దు
ర్వారోత్తుంగతరంగవారమగు పారావారమున్ సంతత
శ్రీరామక్షితినాథపాదయుగళీసేవారతిన్, యోగి సం
సారంబుందరియించుచందమునమున్ సామీరిలంఘింపఁడే.

ఉ. చంచలకన్నఁ జంచలము సర్వవిధమ్ముల మర్కటంబు; క
ల్పించె నయారె దాని కమలీమసయోగమహత్త్వసిద్ధి, దాఁ
టించె మహాసముద్రము! ఘటించె జగజ్జనపూజనమ్ము! నే
మంచు నుతింపవచ్చు మహిమాఢ్యము శ్రీరఘురామ నామమున్.

ఉ. రామ! రమాభిరామ! రఘురామ! యశోధనరామ! జానకీ
రామ! పయోజమిత్రకులరంజనరామ! యయోధ్యరామ! సు
త్రామముఖాఖిలామరవితాసన తాంఘ్రిసరోజరామ! శ్రీ
రామ! సదాశ్రిత ప్రకరరక్షకరామ! నమోనమోనమః.

ఉ. అప్పులుదీర వెన్నటికి నప్పులుదీరక పుట్టుచావులున్
దప్పవు పుట్టుచావులటు తప్పనిచోట విముక్తిగల్గ దో
యొప్పులకుప్ప! ఓయినకులోద్వహా! ఓరఘురామచంద్ర! ఈ
యప్పులకుప్పనుండి యెటులైన ననుం దరిఁ జేర్చి ప్రోవవే.

శా. ధూతప్రాక్కృతపాతకమ్ములు, జగత్పూతంబులున్ మంగళ
వ్రాతమ్ముల్ భవదీయచారుచరణాబ్జాతమ్ము లాసించినా
నేతద్భూతమయాకృతిన్ విడిచి నేనెంతేని ముక్తాకృతిన్
జేతఃప్రీతి వహింపఁజేయఁగదవే సీతామనోవల్లభా!

ఉ. భక్తజనావనాంకమును భానుకులాభరణంబ! యిట్టిచో
రిక్త మొనర్చ, బోక ప్రసరింపఁగఁ జేయఁగదయ్య, మౌక్తికా
సక్తిని నున్న నాపయిని జల్లని నీకనుదోయి వెంబడిన్
బ్రాక్తనపాపకర్మ పరిపాకవిపాక విలోకలోకముల్.

ఉ. భంగములం దగుల్కొను నవస్థయు, వక్రతనేగువారి దు
స్సంగతినొందుదుస్థితియుఁమర్జంచలజీవనయాత్రయున్, సతం
బుం గలబుద్బుదాంగమునుబోవిడి దివ్యరుచిప్రయుక్తము
క్తాంగము నొందఁ జేయుము దయానిధి! రామ! రఘు ప్రభూత్తమా!

కంకణము ముక్తయై తరించుట

శా. అయ్యయ్యో! యొడలెల్లజల్లుమనునేలా? యిప్డు నాకేమిరా
నయ్యెన్? దిమ్మిరివోవునట్లయగు నాయంగంబు; లాత్మన్ భయం
బయ్యెన్; రాఁగలముప్పు చొ ప్పెఱుఁగ రాదయ్యెన్; భయంబేల? నా
కియ్యబ్ధిన్ బడుకంటెగొప్పదగుముప్పేమున్న దూహించినన్.

చ. కువలయజీవితాంతకుని క్రూరకరాయతపాశభీతి నా
కవునినుకొంత కట్టిసమయమ్మునుగా దటువంటిచిహ్న లె
య్యవియునుదోప; పూరకభయంపడనేమిటి? కింతకున్శుభం
బవునొకొ నన్నుదైవము దయామయదృష్టులఁ జూచె నేమొకో.

చ. కళలు తొలంగి రాహువుముఖంబునఁజిక్కివిముక్తమైన య
ష్టలఁతి యలంతిగా ధవళమై కనవచ్చు సుధాంశుబింబ మ
ట్లలఁతియలంతిగా ధవళమై కనవచ్చెడు నాదుమేను ని
మ్ములనన్నుఁగూడ నీశ్వరుడు ముక్త నొవర్చునె యిమ్మ హోదధిన్?

మ. ధవళంబైన కొలందిఁ గంటికిసమస్తంబున్ గడున్ వింతగా
ధవళంబై కనవచ్చు; జిత్త మిపు డేతత్సాగరంబన్న భీ
తి వడంబోక, సమత్వముం జెడక, శాంతింబొంది యుప్పొంగు; నిం
తవిశేషంబగునూతనత్వ మెటు లొందంజాలినానోకదా!

శా. హేయం బంటిని సాగరంబు; నిపుడెం తేనిన్ మన: ప్రీతి సు
శ్రేయంబున్ శుభదాయకంబుననుచుం జింతింతు; నెం దేనియున్
శ్రేయో శ్రేయవిచారనిర్ణయము భాషింపంబడున్ దానవ
స్థాయత్తమ్మగు చిత్తవృత్తి కనుసార్యంబైన భావంబునన్.

శా. కల్లోలంబులు గానరా వెచట, వైకల్యంబులే కార్తిలే

కుల్లం బూరటగాంచె, సాగరగతోద్యోగంబు లీలావిలా
సోల్లాసంబుగఁ దోఁచె నార్తజనరక్షోపాయపారీణుఁడౌ
నాలక్ష్మీశుకృపామహత్వమున ముక్తాకారముందాల్చితిన్.

గీ. ధవళమయి నన్నుఁజుట్టె వింతయగునొక్క
దివ్యతేజంబు చక్రాకృతిని నదేమొ!
సాగరవిచారమునఁ గానఁజాలనైతి
నిమ్మహోత్కృష్టదర్శన మింతవఱకు.

మ. వలయంబై ధవళాంబుజాభమయి దివ్యంబై మహోద్యత్ప్రభా
నిలయంబైన పవిత్ర తేజ మిది దీనింగంటి, నాపుణ్యముల్
ఫలియించెన్, సమసెన్ సమస్తభవసంబంధానుబంధంబులున్
బొలిసెన్ బుద్బుదవర్తనమ్ము, లొలసెన్ ముక్తోన్నత శ్రీలహో

క. ఎన్నఁగ ముక్తాస్ఫోటమ
హోన్నతపదవిని వహింప నొండొకగతి యుం
డ న్నేరదు సాగరగతి
కన్నను నెవ్వారికనుచుఁ గనుఁగొంటి నిటుల్.

క. అని మనమున ననుకొనినం
తనె తత్తేజంబునుండి "తథ్యము! తథ్య"
మ్మనుశబ్దారంభముతో
వినఁబడియెను నాకు నిట్లు విస్ఫుటఫణితిన్.

మ. పరమంబైనరహస్య మియ్యది గ్రహింపంగంటి వీభాగ్యమున్
దఱు చెవ్వారికినైనలేశమునుబొందన్ రాదుసూ! సాగరాం
తరకల్లోలములం దనామకగతిన్ నాశంబునుం బొందు నీ
సరివారిన్ మణిపూసవైతివి భవజ్జన్మంబు సామాన్యమే?

గీ. సాగరంబునఁ జొచ్చి లేశమ్ము నీవు
జీవనతరంగములయందుఁ జిక్కుకొనవు;
స్వాతి శుభజన్మనక్షత్ర మీతెఱంగు
నీకు ముక్తాకృతి ఘటించె నిక్కువంబు.

మ. కలవిందేబహురత్న రాసులు, జగత్కల్యాణసంచారముల్
గలవిందే నినుఁబోలువారికిని ముక్తాస్ఫోటభాగ్యోన్నతుల్
గలవిందే, కలవానితో సుఖపడంగా లేక హేయంబుగాఁ
దలఁపం గూడదు సాగరమ్మునిదిసిద్ధాంతంబుముమ్మాటికిన్.

****

Made in the USA
Monee, IL
23 August 2025

23934419R00024